என்னைத் தேடிய நான்

(கவிதைகள்)

கவிஞர் கி.சாயிநாதன்

படி வெளியீடு

படி வெளியீடு

எண்: 9, பிளாட் எண்: 1080A, ரோஹிணி பிளாட்ஸ்
முனுசாமி சாலை, கே.கே.நகர் மேற்கு,
சென்னை - 600 078. பேச: 99404 46650

வெளியீட்டு எண்: 0453

என்னைத் தேடிய நான் (கவிதை)
ஆசிரியர்: கவிஞர் கி.சாயிநாதன்©

Ennai Thediya Naan (Poem)
Author: Sayeenathan©
Print in India

1st Edition : April - 2025
ISBN: 978-93-49113-02-2
Pages - 68
Rs.100

Publisher • Sales Rights

Padi Veliyeedu
No. 9, Plot,1080A, Rohini Flats,
Munusamy Salai,
K.K.Nagar West, Chennai - 78.
Tamilnadu, India.
Mobile: +91 99404 46650

Discovery Book Palace (P) Ltd
No. 1055-B, Munusamy Salai,
K.K.Nagar West,
Chennai-600 078.
Mobile: +91 87545 07070

discoverybookpalace@gmail.com / www.discoverybookpalace.com

இந்த நூலில் பிரசுரமாகியுள்ள எந்த ஒரு பகுதியையும் எழுத்துபூர்வமான முன்அனுமதி பெறாமல் எடுத்தாள்வதோ, மறுபிரசுரம் செய்வதோ, மொழியாக்கம் செய்வதோ, ஊடகங்களில் மறுபதிப்புச் செய்வதோ, காப்புரிமைச் சட்டப்படி தடை செய்யப்பட்டுள்ளது. இந்த நூலிலிருந்து சில பகுதிகளை மேற்கோள்காட்டி நூல்அறிமுகம் செய்யலாம்.

உங்கள் மொபைல் போனிலிருந்து ஸ்கேன் செய்து 'டிஸ்கவரி புக் பேலஸ்' மொபைல் ஆப்பை டவுன்லோடு செய்து, புத்தகங்களை வாங்குங்கள்.

காணிக்கை

அன்னையாம் நாமகிரி தாயாருக்கும்
அண்ணன் ஜெயராமன் அவர்களுக்கும்
அண்ணன் மனோகரன் அவர்களுக்கும்
இந்தக் கவிதைப்
புத்தகத்தைக் காணிக்கையாக்குகிறேன்

குரு வணக்கம்

எனது குருநாதரும் வாழ்க்கையின் வழிகாட்டியும் ஆன குமரன் பி.தரம் அவர்களையும், எனது ஆன்மீக வழிகாட்டி என் அண்ணன் ஜெயராமன் அவர்களையும், எனது ஞான வழிகாட்டியும் ஞான குருவான நண்பர் ஜவகர் அவர்களையும், நான் மனதார வணங்கி இந்த புனிதத்தை வழங்குகிறேன்.

அணிந்துரை

திரு. கி.சாயிநாதன் அவர்களை எனக்கு கடந்த ஓராண்டாகத்தான் தெரியும். நெருங்கிய உறவில் நடந்த திருமணமே எங்களை இணைத்தது. எங்கள் இருவரிடையே இருந்த தமிழ்ப்பற்றும் எழுத்தார்வமும், மேலும் எங்களை நெருங்கச் செய்தன. அதன் பிறகு, எங்கள் நட்புப் பிணைப்பு அதிகரித்தது.

அவர் ஏற்கெனவே எழுதிய நூல்களை எனக்கு அனுப்ப, நான் எழுதிய நூல்களை அவருக்கு அனுப்ப, எங்கள் உறவு வளர்ந்தது. பிறகு நான் நடத்தும் இணையதளத்தில் இவர் தொடர்ந்து எழுதினார். 'திருமால் அருளும் திவ்ய தேசங்கள்' என்ற அந்தத் தொடரில், ஒவ்வொரு திவ்ய தேசத்திற்கும் பொருத்தமான கவிதை ஒன்றையும் எழுதி இருந்தார். அது வாசகர்களின் பாராட்டைப் பெற்றது.

அப்போதுதான் கவிதை பற்றிய பேச்சு வந்தது. நானும் இயல்பிலேயே கவிதை ரசனை உடையவனாக இருந்ததால், அவரது கவிதைகளை வாசித்து மகிழ்ந்தேன். அப்போது, கவிதை நூல் எழுதும் ஆசையை என்னிடம் தெரிவித்தார். அது மட்டுமல்ல, உடனே எழுதவும் தொடங்கிவிட்டார். தனது வாட்ஸ்ஆப் சமூக தளத்தில் இவர் எழுதிய தொடர் கவிதைகள் மிகவும் பாராட்டப்பட்டன. அவற்றில் தேர்ந்தெடுக்கப்பட்ட 27 கவிதைகளை இந்நூலில் நீங்கள் படிக்கப் போகிறீர்கள்.

கவிஞர் திரு. கி.சாயிநாதன், சென்னையில் தனியார் நிறுவனம் ஒன்றில் அலுவலராகப் பணி புரிகிறார். இவரது ஓய்வுநேரத்தில் தமிழ் இலக்கியங்களில் ஆழ்ந்து பயில்கிறார். அதன் விளைவுதான் இந்தக் கவிதை நூலாக மலர்ந்திருக்கிறது. இவரது எல்லை மீறும் எண்ணப் பறவைகளை நான்கு பிரிவுகளாகப் பகுத்தளித்தது மட்டுமே எனது பணி.

இந்நூலாசிரியர் கவிப்பேரரசு வைரமுத்துவின் எழுத்துகளால் ஆகர்ஷிக்கப்பட்டவர். அவரது தனிப்பட்ட வாழ்த்தையும் பெற்றவர். அதேசமயம், இவரது எழுத்துகளிலோ காவியக் கவிஞர் வாலியின் நயம் இழையோடுகிறது.

> தனது இஷ்டலட்சுமி காமாட்சியானாலும்
> அஷ்டலட்சுமிக்கும் கோயில் கட்டியவர்

என்ற கவிதை வரிகளில் (காஞ்சியின் பரமாத்மா), இவரது கவிதை மீதான வாலி அவர்களின் தாக்கம் புலப்படும். இதேபோன்று மேலும் பல கவிதைகளில் இனிய சொல்லாடல்களை அனுபவிக்கலாம்.

> ஞானத்தைப் பேச
> பிறந்த மௌன மொழி.
> இடமோ திருச்சுழி.

என்ற கவிதை வரிகளில் (மௌனச்சாமி), பகவான் ரமணரின் ஆன்ம இயல்பை மூன்றே வரிகளில் விளக்கி விடுகிறார்.

> யானைக்காவது
> அங்குசம் இருக்கிறது...
> மனதுக்கு என்று
> என்ன இருக்கிறது?

என்ற கேள்வியில் (கவிதை 8) அலைபாயும் மனதை அழகாக வெளிப்படுத்துகிறார். உள்ளம் கவர்ந்த பிரியசகியைப் பற்றி கவிதை எழுதுகையிலோ, பித்தனாகவே மாறிவிடுகிறார் கவிஞர்.

> பூப்பூக்கும்
> சத்தம் எல்லாம்
> நான் அறிந்துகொண்டது
> உன் சிரிப்பைக்
> கேட்ட பிறகு தானே?

என்ற கவிதை (வானவில் போல) நம் மனதின் ஆழத்தில் கிடக்கும் இனிய நினைவுகளை மீட்டெடுக்கிறது. மற்றொரு கவிதை காதலியை தனது முக்காலம் என்கிறது. இந்த நூலின் 14வது கவிதையில் வரும் அற்புதமான உருவகம், கவிஞரின் இளமைக் குறும்புக்கு ஓர் உதாரணம்:

> அவளது இடையைப் போல
> ஆறு வளைந்து, குறுகி
> ஓடிக் கொண்டிருந்தது.

நமது காலத்தின் சாதனையாளர்களான இசைஞானி இளையராஜா, கவிப்பேரரசு வைரமுத்து, இயக்குநர் இமயம் பாரதிராஜா, இலக்கிய சிம்மம் ஜெயகாந்தன் ஆகியோரைப் பற்றிய கவிதை ஓவியங்கள் மிகவும் சிறப்பானவை. இளையராஜாவின் இசையை இரண்டே வரிகளில் வர்ணிக்கிறார் கவிஞர்:

கேட்பது எல்லாமே கிடைக்கும்...
கேட்பதைப் பொருத்தே கிடைக்கும்.

தனது உயர்வுக்குக் காரணமான குடும்ப உறுப்பினர்களை கவிதையில் போற்றவும் கவிஞர் மறக்கவில்லை. இந்த நேச உள்ளமே இவரது கவிதை ஊற்றுக்குக் காரணம் என்று கருதுகிறேன்.

மகளே நீ
பார்த்து நட...
உன் கால்களுக்குக் கீழே
அப்பாவின்
இதயம் இருக்கிறது.

என்ற கவிதையில் (பார்த்து நட), ஒரு தந்தையின் பெருமிதத்தையும் தவிப்பையும் பாசத்தையும், தான் என்றும் உடனிருப்பேன் என்கிற துணிவையும் ஒருசேரக் குழைத்து அளித்திருக்கிறார் கவிஞர்.

இந்நூல் அற்புதமான ஒரு கவிதைத் தொகுப்பு. வானில் உள்ள 27 நட்சத்திரங்கள் போல, இந்நூலிலுள்ள 27 கவிதைகளும் மின்னுகின்றன. இந்த நூல் தமிழ்கூறு நல்லுலகால் ஆராதிக்கப்பட வேண்டும்; கவிஞரிடமிருந்து மேலும் பல இலக்கியப் படையல்கள் வெளிவர வேண்டும்; அதற்குத் தமிழன்னை அருள் புரிய வேண்டும் என்று பிரார்த்திக்கிறேன்.

-சேக்கிழான்

திருப்பூர்,
குரோதி ஆண்டு,
புரட்டாசி பௌர்ணமி
17.10.2024

முன்னுரை

என்னுள் இருந்து என்னைக் காப்பவளும் என்னை எனக்கே அறியச் செய்தவளுமான, அப்படி அறியச் செய்ததால் தன்னையும் அறியச் செய்தவளுமான என் தாயார் துர்கா பரமேஸ்வரியை வணங்கி, என்னை எல்லா முயற்சிகளிலும் காப்பவரும் வெற்றி தருபவருமான ஏழுமலையானின் பாதக்கமலங்களை வணங்கி, என் உரையைத் தொடங்குகிறேன்.

கவிதை எழுத வேண்டும் என்ற எண்ணம், நல்ல கவிதைகளைப் படிக்கும் போது எனக்குத் தோன்றியதே. நல்ல கவிதை என்பது, ஒரு தாயின் முதல் முத்தத்தைப் போல, காதலியின் முதல் சிரிப்பைப் போல, நண்பனின் உண்மையான நட்பைப் போல மனதில் என்றும் நிலைத்து நிற்கின்றது.

எடுத்துக்காட்டாக சில கவிதைகளை நான் இங்கே சுட்டிக்காட்ட விரும்புகிறேன்:

மழை மட்டுமா அழகு?
இங்கே வெயில்
கூட தான் அழகு.

-என்ற நா.முத்துகுமாரின் கவிதையும்,

எப்போதும் குடையோடு செல்லும்
தாத்தாவின் இறுதி ஊர்வலத்தில்
நல்ல மழை.

-என்ற லிங்குசாமியின் கவிதையும்,

சிலைகள் செய்யும் சிற்பியே
முடியுமா உன்னால்
பாறைகள் செய்ய?

-என்ற ஒரு கவிதையும், இதைப் போன்ற இன்னும் பல கவிதைகளும் என் மனதில் நீங்கா இடம் பெற்றிருக்கின்றன.

இதுபோன்ற பல கவிதைகளைப் படித்துப் படித்து, இதேபோல நானும் ஏன் கவிதை எழுதக் கூடாது, ஏன் ஒரு கவிதை நூல் வெளியிடக் கூடாது என்று ஏற்பட்ட ஆர்வத்தின் வெளிப்பாடுதான் இந்தப் புத்தகம்.

இந்தப் புத்தகத்தில் இடம் பெற்றிருக்கும் 27 கவிதைகளையும் வாட்ஸ்ஆப் சமூக ஊடகத்தில் தொடர்ந்து எழுதினேன். அப்போதே நண்பர்களின் பரவலான பாராட்டைப் பெற்றது. பிறகு இவற்றைத் தொகுத்து, பல நூல்களை எழுதிய என் நண்பரும், நாளிதழில் பணி புரிபவரும், எனது இலக்கிய உலகின் ஆசானுமான திரு. சேக்கிழான் அவர்களின் பார்வைக்கு அனுப்பினேன். அவர் இக்கவிதைகள் அனைத்தையும் சரிபார்த்து, செப்பனிட்டு, புத்தகம் வெளியிடுவதற்கு ஏற்றவாறு தந்ததுடன், இந்நூல் விரைவில் வெளியாக வேண்டும் என்ற விருப்பமும் தெரிவித்தார். அவருக்கு எனது மனமார்ந்த நன்றிகளைத் தெரிவித்துக் கொள்கிறேன்

அடுத்ததாக, இப்புத்தகத்தை சிறப்பாக வெளியிட்டுள்ள 'டிஸ்கவரி பப்ளிகேஷன்' உரிமையாளர் திரு. வேடியப்பன் அவர்களுக்கு எனது மனமார்ந்த நன்றிகள். இவர் எனது நூல்கள் சிலவற்றை ஏற்கெனவே வெளியிட்டவர். இவரைப் பற்றி மேலும் சிலவற்றை இங்கு பதிவு செய்ய விரும்புகிறேன்.

பழகுவதற்கு இனிமையான திரு. வேடியப்பன், மிகவும் எளிமையானவர்; எப்பொழுதும் புதுமையான ஏதாவதொன்றைச் செய்து கொண்டிருப்பார். மறைந்த 'இதயம் பேசுகிறது' ஆசிரியர் மணியன் அவர்களைப் போல, ஒரே நேரத்தில் பல வேலைகள் செய்யக் கூடியவராக இவரை நான் பார்க்கிறேன். பதிப்பகத்தின் பெயரைப் பார்த்தவுடனேயே எழுத்தாளரின் பெயரைப் பார்க்காமலே புத்தகத்தை வாசகர்கள் வாங்க நினைக்கும் அளவுக்கு, வானதி பதிப்பகம் போல டிஸ்கவரி பதிப்பகத்தையும் வாசகர்கள் மனதில் நிலைநிறுத்தியவர் இவர்.

எதைச் சொன்னாலும் செய்துவிடலாம் என்று உற்சாக மூட்டுவதுடன், அதை சிறப்பாகச் செய்தும் தருபவர்; நூல் விற்பனை செய்வதில் புத்தக உலகின் சூப்பர் ஸ்டார் ஆன எனது பதிப்பளர் திரு. வேடியப்பன் மேலும் வெற்றி பெற இத்தருணத்தில் வாழ்த்துகிறேன்.

முத்தமிழ் அறிஞர் கலைஞர் அவர்கள் சொன்னது போல, "இக்கவிதைகள் எல்லாம் படித்தேன்; படி தேன்'' என வாசகர்கள் வாழ்த்துவார்கள் என்று நம்புகிறேன்.

-உங்கள் சாயிநாதன்.

சென்னை,
16.10.2024

கவிதை மாலையின் கவினுறு மலர்கள்...

அ. ஆன்ம கீதங்கள்:

1. காஞ்சியின் பரமாத்மா	12
2. நீ தப்பாத நான்	14
3. இரண்டாவது என்பது ஏது?	16
4. கீதையின் நாயகன்	17
5. எப்போது நான் காண்பேன்?	18
6. நீ வேண்டும் என்பதே!	20
7. இதயத்தை திறந்து வையுங்கள்!	22
8. அடக்குவது எது? அடங்குவது எது?	24
9. மௌனச்சாமி	27
10. பயமற்ற தருணம்...	30
11. கண்ணனுடன் காண வருவாயே!	31

ஆ. பதின்பருவ நினைவுகள்

12. வானவில் போல...	33
13. இதயத்தில் பெய்த மழை	35
14. நினைவுகள்	36
15. எல்லாவற்றையும் நினைப்பதற்காக!	37
16. தூண்டில்	39
17. சாரல் மழை	41
18. தேசிய விருதுகள்	44

இ. சாதனை மகுடங்கள்

19. இசைக் கடவுள்	47
20. கவிப்பேரரசு	51
21. இயக்குநர் இமயம்	55
22. இலக்கிய சிம்மம்	58

ஈ. சுயத்தின் தேடல்கள்

23. வாழ்த்தி விட்டுப் போங்கள்!	60
24. வாழ்க்கை இருக்கிறது...	61
25. இன்னொரு தாயே ஆவாள்	63
26. கமலா ராமன்	65
27. பார்த்து நட	67

அ. ஆன்ம கீதங்கள்

1. காஞ்சியின் பரமாத்மா

மகா பெரியவர்
சனாதன தர்மத்தின் மூலவர்...
காமாட்சி அன்னையின் பாலகர்.

கருவில் வந்த கடவுள்களைப் போல
மனித உருவில் வந்தவர்...
வேதங்களையும் உபநிஷத்துக்களையும் உள்வாங்கி
தெய்வத்தின் குரலாய்
தெருக்கோடிப்   பாமரனுக்கும்
புரிய வைத்த
காமகோடி பீடாதிபதி.

தனது இஷ்டலட்சுமி காமாட்சியானாலும்
அஷ்டலட்சுமிக்கும் ஆலயம் கட்டியவர்.

ஆலயங்கள் சென்றால் ஆண்டவரிடமே பேசுபவர்...
ஆன்மிகத் தேவை என்றால்
அரசை ஆண்டவர்களிடமும் பேசுபவர்.

காஞ்சியில் ஒரு பெரியவர் உண்டு என்று
கலைஞரே இவரை நேசித்தவர்.
பொன்மனச் செம்மலோ
இவரை பூஜித்தவர்.

ஞான மாளிகையில் அமர்ந்து
பஞ்சபூதங்கள் பணிந்து இருக்க,
முக்காலமும் அறிந்து
பக்தர்களை எக்காலமும் காத்தவர்.

எங்கே கடவுள்
என்றவர்கள் எல்லாம்
'கண்டேன் காஞ்சியில்' என்றார்கள்.

அந்த மகா பெரியவரை,
சந்திரசேகரரை,
சர்வேஸ்வரனை,
எல்லாம் அறிந்தவரை வணங்கி
இந்தக் கவிதை மலரை
அவர் மகா பாதங்களுக்குச் சமர்ப்பிக்கிறேன்.

அவலை ஏற்றுக் கொண்ட
கண்ண பரமாத்மா போல,
இந்த எளிய அகவலை
ஏற்றுக் கொள்ள மாட்டாரா
காஞ்சியின் பரமாத்மா?

♦♦♦

2. நீ தப்பாத நான்

அடர்ந்த காடு.
அதன் உள்ளே
சிறு கோயில்.

கோயிலின் உள்ளே
சிலையாக நீ.
வெளியே
உன் நினைவாக
நான்.

மொத்தக் காட்டையும்
இருள் விழுங்கி விட
தப்பித்த அகலின்
தீப ஒளியில்
நீ.

இரத்தினத்தை ஒத்த
இதழ்கள் புன்னகைக்க,
சிவனையே
விழுங்கிய விழிகளால்
என்னை நீ
பார்க்கிறாய்!

இந்த ஏகாந்தத்தின் எழுச்சியில்
நான் உன்னை
வேண்டுவது ஒன்றே.

என்றாவது
ஒருநாள் எனக்கு
நான்
தப்பும்போது
நான் ஆக நீயும்
அப்போது நீ
மறக்காத
நான் ஆகவும்
இருக்க வேண்டும்.

♦♦♦

3. இரண்டாவது என்பது ஏது?

ஆசை அடைந்து விட்டால்
அனுபவம் ஆகிறது.
அறிந்ததை
விரும்பும் போது
ஆசை எனப்படுகிறது.
இதுவே
அறியாததை வேண்டும்போது
ஞானம் ஆகிறது.

ஞானத்தை அடைய
பற்றற்ற நிலை வேண்டும்.

அடைய விரும்பினால்
ஞானமே ஆனாலும்
பற்றுத் தானே?

ஆனால்
ஞானம் என்ற பற்றே,
எல்லாம் ஒன்றே என்ற
மூன்றாவது கண்ணைத் திறக்கிறது.

மூன்றாவது கண்
திறந்த பிறகு,
இரண்டாவது
என்பது ஏது?

♦♦♦

4. கீதையின் நாயகன்

பற்று அற்று இரு...
பயம் அறு...
தைரியம் வளர்...

தோல்விகளைத் தூக்கி எறி...
முயன்று கொண்டே இரு.

எதுவானாலும்
முடிவுகளை மற.
எளியவர்களைக் காக்க
வலிமை கொள்.
அப்பாவிகளை
அணைத்துக் கொள்.

பின்னர் பார்
நீயே
கீதையின் நாயகன் ஆவாய்.

♦♦♦

5. எப்போது நான் காண்பேன்?

உடம்பைக் கழுவி,
உணவு உண்டு,
பொருள் தேடி,
பொழுதெல்லாம் அலைந்த பின்னே
இருள் நேரம் திரும்பும் நான்
அம்மா உன்னை
எப்படித் தேடுவேன்?

காதற்ற ஊசியும்
வாராது கடை வழிக்கே
என்றுணர்ந்தாலும்,
மாயை எனும் குதிரையிலே
மனம் செய்யும் பயணத்தில்
கண்டதை எல்லாம்
காதல் உறும்போது,
என்னவளே என் அம்மா,
நான் எப்படி
உனைத் தேடுவேன்?

பற்றற்று இரு
என்று உணர்ந்தாலும்,
காமம் அறுக்காமல்
கண் மூன்றாம் அது திறக்காமல்,
நிஷ்டையில் நிற்காமல்,
நியமம் அது செய்யாமல்,
திரிபுரசுந்தரியே
நின் திருப்பாதம் எப்படி
நான் காணுவேன்?

காட்டுமன்னார் கோயிலிலே
காட்சி தந்தது போல...
அபிராமப் பட்டருக்காக
காதணியை எறிந்தது போல...
சம்பந்தப் பெருமானுக்குத்
தாய்ப்பாலை ஈந்தது போல...
தாயே எனக்கு
எனக்கு எதுவும் வேண்டேன்.

என் அம்மாவே
துர்காவே
நினைக்கின்ற போது
நின் திருக்காட்சி தந்தால்
அம்மாவே
அது போதுமே!

♦♦♦

6. நீ வேண்டும் என்பதே!

என் பிரியமானவளே,
என் தாயே,
துர்கா பரமேஸ்வரியே!

எனக்குத் தெரிந்தது எல்லாம்
எதுவும் எனக்குத் தெரியாது
என்பதே.
எனது பலம் எல்லாம்
உன்னைச் சார்ந்ததே.

நான் எதுவும்
உன்னைக் கேட்டதில்லை என்றாலும்,
நீயும் எதுவும் தந்ததும்
இல்லை.

நமக்கான உறவு என்பது
காளிதேவிக்கும் கதாதருக்கும்
போன்றதே.

பிரியமாக உன்னை
பிரம்ம முகூர்த்தத்தில் தியானிக்கும் போது
நீ மடிமீது
குழந்தை வடிவில்
அமர்ந்து கொள்கிறாய்.

பிரச்னை என்னும் பொழுது
தாயைப் போல
என்னைக் காக்கிறாய்.

என் வெற்றிகளுக்குப் பின்னால்
நீ இருப்பதும்,
எனது தோல்விகளுக்குப் பின்னால்
நான் இருப்பதும்,
யாவரும் அறிந்ததே.

நான் விழும்போது எல்லாம்
காப்பாற்றாத நீ
எழும்போதெல்லாம்
துணையாக இருந்திருக்கிறாய்.

ஒன்பது கிரகங்களும் என்னை
ஒன்றும் செய்ய முடியாமல் போனதற்குக்
காரணம்
அதைப் படைத்த
அம்மா நீ
என்னுடன் இருந்ததே.

அன்புடையவளே!
அறிவு, ஞானம், செல்வம்
எனக் கேட்ட காலங்கள் எல்லாம்
முடிவடைந்து விட்டன.

இனி நான் வேண்டுவது எல்லாம்
எப்போதும் என்னுடன்
நீ வேண்டும் என்பதே.

♦♦♦

7. இதயத்தைத் திறந்து வையுங்கள்!

இதயத்தைத்
திறந்து வையுங்கள்
அதில் அன்பு
பொங்கி வழியட்டும்.

இருப்பது எல்லாம்
இல்லாதவர்களுக்கு
என நினையுங்கள்.

பகிருங்கள்
தெரிந்ததை எல்லாம்
தெரியாதவர்களுக்கு.

உங்களது
வெற்றிகளைக் கொண்டு
உதவுங்கள்
உங்களின் கீழே இருப்பவர்களுக்கும்
அது கிடைக்கட்டும்.

வார்த்தைகளை
கவனமாக உபயோகியுங்கள்...
வாட்களின் கூர்மையை விட
வார்த்தைகள் கூர்மையானவை.

அப்பாவிகளை ஆதரியுங்கள்.
அவர்கள் ஏமாற்றுக்காரர்களிடம்
ஏமாந்து விடக் கூடாது.

அன்பு எனும் ஆயுதம் ஏந்தி
எல்லோரையும்
நேசிக்கக் கற்றுக் கொள்ளுங்கள்.

பிறகு பாருங்கள்
கடவுள் இல்லை என்று
யாரும் சொல்ல மாட்டார்கள்
அது இனி நீங்கள்தான்!

♦♦♦

8. அடக்குவது எது? அடங்குவது எது?

உலகை வென்றவர்கள் எல்லாம்
தோற்றுப் போனது
மனதிடம் தான்.

யானைக்காவது
அங்குசம் இருக்கிறது...
மனதுக்கு என்று
என்ன இருக்கிறது?

மனதின் எண்ணங்களை
அடக்க அடக்க அது
எழும்பிக் கொண்டே இருக்கிறது.

எண்ணங்கள்
மனதைத் தின்கின்றன...
மனமோ
வாழ்க்கையைத் தின்கின்றது.

மனம் ஒருமைப்படும்போது
'நான்'
வெளியே சென்று விடுகிறது
'நான்'
உள்ளே இருக்கும்போது
மனம்
வெளியே சென்று விடுகிறது.

வேண்டும் என்றோ
வேண்டாம் என்றோ
என்ற இரண்டு நினைவுகளும்
இல்லாத போது,
மனம்
வெற்றிடமாகிறது.

மனம்
வெற்றிடமான பின்னர்
எண்ணமும் செயலும்
ஒன்றாகி விடுகின்றன.

இப்போது
அடக்குவது எது?
அடங்குவது எது?

♦♦♦

9. மௌனச்சாமி

ஞானத்தைப் பேச
பிறந்த மௌன மொழி.
இடமோ திருச்சுழி.

பேச்சே பிரதானமாய்
இருந்தபோது
மௌனத்தையே பேச்சாக்கியது
இந்த பகவான்
ரமணர்தான்.

இவருக்கு ஏற்பட்ட
மரணத்தைப் பற்றிய பயமே
பாலரமணனை
பகவான் ரமணன் ஆக்கியது.

இவர்
நான் என்பதை
துறக்கத் தயாராவதை
உணர்த்தவே,
இது என்றும்
இதைத் தேடாதே என்றும்
எழுதிவிட்டு திருவண்ணாமலை போனது.

அந்தத் திருவண்ணாமலை
திருக்குளத்தில
வெங்கடரமணனாய்க்
குளித்துவிட்டு
ரமணனாய் அமர்ந்தது.
திருவண்ணாமலை கோயிலின்

பாதாள லிங்கத்தின் அருகிலே,
அந்த அண்ணாமலையாரின்
பாதாள லிங்கத்தின் அருகே
அமர்ந்திருந்த
ஞானப் பழத்தை
வண்டுகள் துளைத்த போது
காப்பாற்றி வெளிக்கொண்டு வந்தது,
காமாட்சியின் மகனான
சேஷாத்ரி சுவாமிகளே.

மௌனச்சாமி
என்று நினைத்த
பாலசாமி தான்
பகவான் சாமி என்று
மக்கள் தெரிந்து கொண்டது
பேசும் சாமியாய்
மாறிய போதுதான்.

மனதை அடக்க
மக்கள் திண்டாடிய போதுதான்
அதை இல்லாமலே
செய்யச் சொன்னவர்
இந்த சாமி.

பகவானைத் தேடிய
பால் பிரண்டனுக்கு
காஞ்சியின் ஜகத்குரு
காட்டிய இன்னொரு
குரு இவரே.

பகவான் ரமணரின்
கருத்துக்கள் எல்லாம்
எளிமையானவை.
'நீ யார் என்று தேடாதே...
நான் யார் என்று
உன்னையே கேள்...
உணர்ந்து கொள்' என்பதுதான்

பல பக்தர்களின்
மன யானைகளை
தனது அங்குசப் பார்வையால்
அடக்கிய இவரின்
போதனைகளை
நாம் அறிவோமோ,
உணர்வோமோ அருணாசலமே?

♦♦♦

10. பயமற்ற தருணம்...

எண்கணிதம்
தெரிந்து கொண்டேன்...
பிறகு எனக்கு
நாட்களைக் கண்டாலே
பயம் ஆனது.

மருத்துவம்
தெரிந்து கொண்டேன்...
உணவைக் கண்டாலே
பயமானது.

இயற்கையைத்
தெரிந்து கொண்டேன்...
பஞ்சபூதங்களே
பயமானது.

மனிதர்களைத்
தெரிந்து கொண்டேன்...
நண்பர்களைக்
கண்டால் கூட
பயமானது.

அம்மா!
உன்னை மட்டும்
தெரிந்த போது
கவலையில்லாமல் கிடந்தேனே!

♦♦♦

11. கண்ணனுடன் காண வருவாயே!

ஆசையால்
அழுகிய மனம்.

கழிவுகள்
உடைய உடல்.
அம்மா நான்
என்ன செய்வேன்?

எனக்காக
வேண்டி வேண்டி,
உனக்காக
வேண்டாமல்
விட்டு விட்டேனே?

அபிராமி அந்தாதியைக்
கேட்ட உன் காதுகள்,
பிரம்ம முகூர்த்தத்தின்
என் பிரார்த்தனைகளை
மட்டும்
ஏன் கேட்கவில்லை?

கூத்தனின்
பிரசாதத் தட்டுடன்
குரு நமச்சிவாயத்திற்காக
ஓடிய உன் கால்கள்,
என் குரல் கேட்டு
ஏன் ஓடி வரவில்லை?

சம்பந்தனுக்குப் பால்...
சங்கரனுக்குக் கனி...
எனக்கானது
என்ன இருக்கிறது
உன்னிடம்?

கேட்கத் தெரியவில்லை
என்பதால்,
பரமனின் மகனையே
பழனி ஆண்டியாக்கியவள்
நீ.

அம்மா
காலங்கள் ஓடி விட்டன.
இனியும் உன்னை
கேட்காமல்
இருக்க முடியாது

முதுமையின்
முற்றத்தில் அமர்ந்திருக்கும்
என்னை ஒரு
பிரம்ம முகூர்த்தத்தில்
பிரியமான உன் அண்ணன்
கண்ணனுடன்
காண வருவாயே!

♦♦♦

ஆ. பதின்பருவ நினைவுகள்

12. வானவில் போல...

கையில் இடுவதால்
பயன் என்ன?
கையில் இட்டவுடன்
மருதாணி அல்லவா சிவந்து விடுகிறது?

பூப் பூக்கும்
சத்தம் எல்லாம்
நான் அறிந்து கொண்டது
உன் சிரிப்பை
கேட்ட பின்னர் தானே?

ஞானிகளின்
பாதங்களைப் போல
உன் பாதங்களைப் பார்த்தாலே
நான்
தெய்வீகத்தை உணர்கிறேன்.

கடல் சுழியும்
ஆற்றின் சுழியும்
ஆபத்தானது அல்ல என்று,
உன் கன்னத்துச் சுழியில்
மாட்டிய பின்னரே
மனதுக்குப் புரிந்தது.

எல்லாவற்றையும்
சொல்லிவிடலாம் என்ற
என் கம்பீரமான ஆண்மை,
உன்னைப் பார்த்தவுடன்
ஒரு பெண்மையைப் போல
பரிதவிக்கிறது.

நீயோ எதுவும் சொல்லாமல்
குழந்தையைப் போலச் செல்கிறாய்...
தொட்டுவிடும்
தூரம் போலத் தெரியும்
வானத்தின் வானவில் போல.

♦♦♦

13. இதயத்தில் பெய்த மழை

அன்று நல்ல மழை.
அருகருகே
நாம் இருவர்.

நான் சொன்னேன்
இன்று என் இதயம்
என்னுடன் இல்லை.
அது உனக்கு
சேலை செய்ய மேகத்தையும்
மாலை செய்ய நட்சத்திரத்தையும்
பறிக்கச் சென்றிருக்கிறது
என்று!

நீ மெல்லச் சிரித்தாய்
இப்போது மின்னல்
எங்கே மின்னியது என்று
வானம் பார்த்தது.

நான் மீண்டும் சொன்னேன்
இன்று அழகில்
நீயா நிலவா
என்ற போட்டியில்
வானம் நிலவை
நிராகரித்து விட்டது
என்று!

நீ மீண்டும் சிரித்தாய்
அப்போது
மழை என் இதயத்தில்
பெய்து கொண்டிருந்தது.

♦♦♦

14. நினைவுகள்

அவளது இடையைப் போல
ஆறு வளைந்து, குறுகி
ஓடிக் கொண்டிருந்தது.

அவளது கண்களைப் போல
ஆற்றில் கெண்டை மீன்கள்.

அவளது முகத்தைப் போல,
நான் கையில் அள்ளிய நீரில்
பௌர்ணமி நிலவு.

அவளை
சேதப்படுத்தாமல்
நீரில் விட்டுவிட்டு
நான் மட்டும் நடக்கிறேன்.

மௌனத்தால் போர்த்தப்பட்டு
நிசப்தமான காடு
தூங்கிக் கொண்டிருக்க
ஆங்காங்கே
உன் கொலுசுச் சத்தம் போல
கொலுசுப் பூச்சி சத்தமிட...

திடீரெனப் பெய்த
காட்டு மழையில்
நான் நனைய,
நனைந்து போயின
உன் நினைவுகள் எல்லாம்!

♦♦♦

15. எல்லாவற்றையும் நினைப்பதற்காக!

பிரியவமானளே
நீ
காலங்களையே
நிர்ணயம் செய்யும்
காலதேவி
ஆகி விட்டாய்.

நீ வருவாய் என்றால்,
அது என்
எதிர்காலம்.

வந்தாலோ,
அது என்
வசந்த காலம்.

வரா விட்டாலோ,
அது என்
இறந்த காலம்.

நீ ஒரு
வானொலி அறிக்கை...
நீ வந்தால்
சில இதயங்களில்
மழை பெய்கிறது...
சில இதயங்களில்
பூப் பூக்கிறது.

நீ ஒரு
போதிமரம்.
உன்னைப்
பார்த்தவர்களில்
சிலர் கவிஞர்களாகவும்
சிலர் ஞானிகளாகவும்
ஆகிவிட்டனர்.

ஆம் அன்பே
இப்போது நானும்
ஒரு ஞானி!
எல்லாவற்றையும்
துறப்பதற்காக அல்ல
உன்னைப் பற்றிய
எல்லாவற்றையும் நினைப்பதற்காக!

♦♦♦

16. தூண்டில்

மாலை நேரம்...
மனல்வெளி ஓரம்.
நீயும் நானும்
அமர்ந்திருந்தோம்
நெடு நேரம்.

நான் சொன்னேன்
தூக்கட்டுமா உன்னை
தூத்துக்குடிக்கு
என்று.

நீ விளையாட்டாக
தூ தூ என்று
துப்பிவிட்டு,
முதலில் என் பையைத்
தூக்க முடியுமா
எனப் பாருங்கள்
என்றாய்.

நான்
ஒரு கவிதை
சொல்லவா என்றேன்.
சொல் என்றாய்.

ஒரு கவிதை
இன்னொரு கவிதையைக் கேட்டது
அன்றுதான்.

நான் சொன்னேன்
நீ என் மீது துப்பியது
எச்சில் தான் என்றாலும்,
அது என்னவோ எனக்கு
உன்னுடைய
முதல் ஸ்பரிசம்
என்றேன்.

நீ வெடித்துச் சிரித்தாய்
இப்போது எங்கே
ஆர்ப்பரிக்கிறது என்று
கடல் பார்த்தது.

நான் மேலும் சொன்னேன்
இசைஞானியின் இசையெல்லாம்
மொழியாக மாற்றி
நீ என்னுடன்
பேசிக் கொண்டிருக்கிறாய் என்றேன்.

நீ என்னை
கண்களை விரித்து
வியப்பாகப் பார்த்தாய்

இப்போது
மீனே தூண்டிலை
விழுங்கிக் கொண்டிருந்தது!

♦♦♦

17. சாரல் மழை

உன் கருங்கூந்தலை
முன்பக்கமாகவும் பின்பக்கமாகவும்
பின்னிப் போட்டும்,
பின்னாமல் போட்டும்,
நீ செய்யும்
அழகு நாட்டியங்களில்
ஆடிப் போகிறது
மனது.

ஆழமாக ஓடும்
நதியின்
அமைதியைப்
போலத் தெரியும்
உன் இரு நயனங்கள்
மையிட்டுக் கொண்டாலோ,
இதயங்களை விழுங்கும்
இனிய புதைகுழிகள்
ஆகின்றன.

நடக்கும் போதும்
நிற்கும்போதும்
ஓடும் போதும்
கேட்கும் உன்
கொலுசு ஒலிகள்
தியாகராஜர் கீர்த்தனைகள் போல
மனதைத் திருடிச்
செல்கின்றன.

இதையெல்லாம் எழுதி
எடுத்துச் சென்ற
மழைக்கால மாலை நேரமும்
மாடி ஓரமும்
இன்னமும்
ஞாபகத்தில் இருக்கிறது.

என்னைப் பார்த்ததும்
இந்த முறை
இதிகாசக் கவிதைகள் வேண்டாம்,
அதிரடியாய்க் கவிதை
வேண்டும் என்றாய்.

நான் சொன்னேன்
குளத்தில் பூக்கும்
பூக்கள் எல்லாம்
ஜன்னல் ஓரத்தில்
நான் பார்த்தது,
நீ பேருந்தில்
பயணம் செய்த போது
தானே என்று!

நீயோ போதாது
இன்னும் இன்னும் என்றாய்.

நான் மீண்டும் சொன்னேன்
நீ பேருந்து ஏறியதும்
எல்லோருடைய
இதயச் சீட்டையும்
கிழித்து விட்டு
உனக்கான
பயணச்சீட்டை மட்டும்
நடத்துநரிடம்
வாங்கிக் கொள்கிறாய்
என்றேன்.

நீ இந்த முறை
களுக்கென்று
சிரித்தாய்.

இப்போது எங்கே
சாரல் மழை என்று
வானம் பார்த்தது.

♦♦♦

18. தேசிய விருதுகள்

அன்றொரு நாள்
மாலை நேரம்...
மாநிலக் கல்லூரி
கடற்கரை ஓரம்...
நீயும் நானும்.

இரவெல்லாம்
கடலோடு பேசிய
படகுகள் படுத்துக் கிடக்க...

எதற்காகவோ
கடல் அலைகள்
கடல் மண்ணோடு மன்றாடிக்
கொண்டிருக்க...

அவ்வப்போது
கடலில் குளித்த காற்று
குளிர்ச்சியாகத் தழுவ...

நான் கேட்டேன்
ஒரு முறை
கொடுத்துவிட்டு
ஓராயிரம் முறை
சொல்லிக் காண்பிப்பதா?

ஒருமுறை கொடுத்ததற்காக
ஓராயிரம் முறை
நீங்கள் கேட்கவில்லையா?
என்றாய்.

கோயில் பிரசாதங்கள்
தினமும் கிடைப்பதில்லையா?
என்றேன்.

பிரசாதங்கள் அல்ல
நான் கொடுப்பவை
தேசிய விருதுகள்
என்றாய்.

ஏன் ஏன்
இசைஞானி
ஐந்து முறை
வாங்கவில்லையா
என்றேன்.

நீ தாளாத ஊடலில்
என்னைப் பார்க்க...

அப்போது அடடா,
மீனே இங்கு
வலையை விழுங்கிவிட்டதே
என
கடல் பார்த்தது.

♦♦♦

இ. சாதனை மகுடங்கள்

19. இசைக் கடவுள்

பண்ணைபுரத்து இளைஞன்
தியாகராஜக் கீர்த்தனையை
வாசித்த போது
வாலி சொன்னது
இன்னும் ஒரு
இசை யானை வந்துவிட்டது
என்று.

தாயின் தாலாட்டு
மழலைக்கு எவ்வளவு இனிமையானதோ
அதைப் போன்றதே
இளையராஜாவின் இசையும்
தமிழனுக்கு.

தமிழன் தன்னைத்
தொலைக்காமல் இருக்க
பார்த்துக் கொண்ட விஷயங்களில்
இளையராஜாவின் இசையும்
ஒன்று.

கண்ண பரமாத்மாவுக்கு அடுத்து
புல்லாங்குழலை வைத்து
இசையில் மயக்கியவர்
இந்த இளையராஜா தான்.

இவரது இசை ஆக்கத்தின்
ராக தேவதைகளான
கடலோரக் கவிதைகளும்
அந்தி மழையும்

மண்வாசனையும்
பனி விழும் மலர்வனமும்
மௌனமான நேரமும்
ரசிகர்களின்
ராத்திரிகளைத் தொலைத்தன.

தூங்குவதற்காகவும்
தூங்காமல் இருப்பதற்காகவும்
கேட்கப்படுபவை
இவரது இசைப் பாடல்களே.

ஜனனி... ஜனனி
பாடலைக் கேட்டு
ஜெகன் மாதாவின்
தரிசனம் கண்டவர்கள் பலர்.

திரைப்பாடல்களா,
திருவாசகமா,
சிம்பொனியா,
இந்த இளையராஜா
என்ற அட்சயப் பாத்திரத்திடம்
கேளுங்கள்.

கேட்பது எல்லாமே கிடைக்கும்.
கேட்பதைப் பொருத்தே கிடைப்பதும்.

ஐந்து முறை தேசிய விருதும்
பத்ம விபூஷண் விருதும்
இவரை அடைந்ததால்
பெருமை பெற்றன.

ஆம் விருதுகளே
விளம்பரம் தேடிக் கொண்டது
இவரை அடைந்த பிறகு தான்.

இனி இளையராஜாவை
இசை ஞானி என்று
சொல்லாதீர்கள்...
இசைக் கடவுள்
என்று அழையுங்கள்.

ஏனெனில் அவர்
இசையைப் படைக்கத் தொடங்கி
பல ஆண்டுகள் ஆகிவிட்டன!

♦♦♦

20. கவிப்பேரரசு

தமிழ்த் தாய் கண்டெடுத்த
கருப்பு வைரம்.
வடுகப்பட்டியில்
இருந்து புறப்பட்டு,
வைகறை மேகமாய்
கவிதை பொழிந்து,
பட்டி தொட்டி எல்லாம்
பரவலானவன்.

சுள்ளிக் காட்டையும்
சுவையாக எழுதிய
கள்ளிக்காட்டின் கதாநாயகன்.

இவனது
எழுத்து வீச்சுகளோ,
ராஜராஜ சோழனின் வாளை விட
கூர்மையானவை.

இந்தியனே உனக்கு
மீசை எதற்கு?
அது
விரால் மீனுக்கும் இருக்கு
என்ற கவிதையில்
இன்னொரு
சுதந்திரத் தாகத்தை ஊட்டியவன்.

இந்த இதிகாசக் கவிஞனுக்கு
மீசை முளைத்த போதுதான்
தமிழ்ப்பெண்
புதுக்கவிதையாய்ப்
பூப்பெய்தினாள்.
அந்தப் பெண்ணுக்கு
ஐந்து முறை
தேசிய விருதுகளைத்
தேடித் தந்தவனும்
இவன்தான்.

'மனிதா, மனிதா
இனி உன் விழிகள்
சிவந்தால் உலகம் விடியும்'
என்று
நம் ரத்த நாளங்களைப்
புடைக்கச் செய்யும் இவனே,
'பனி விழும் மலர்வனம்'
என சந்த மதுவில்
நம்மைச் சாய்க்கச் செய்வான்.

யுத்தம் வேண்டுமா,
புத்தன் வேண்டுமா?
காதலா, மோனமா, ஞானமா?
எது வேண்டுமானாலும்
இசைக்கு ஏற்றவாறு
அத்தனையும்
அள்ளி அள்ளித் தருவான்...
அத்தனையும்
கேட்பவர்களின் யோக்கியதையைப்
பொருத்தே.

கவிதையா, வசனமா
கதையா, பேச்சா
என்று எல்லா அணிகலனையும்
இவனுக்கே சரஸ்வதித் தாய்
பூட்டி விட்ட பிறகு
எங்களுக்கென்று இங்கே
என்ன இருக்கிறது?

எதிலுமே வெற்றி பெறாத
எங்களைப் போன்ற பலர்
இவனது வெற்றிகளையே எங்களதாக
கொண்டாடிக் கொண்டிருக்கிறோம்.

ஏனெனில் இவன்
எங்களின்
பச்சைத் தமிழன் அல்லவா?

அவன் இவன்
என்று எழுதி விட்டேன் என்று
ஆத்திரப்படாதீர்கள்.

அன்பு மிகுதியால் ஆண்டவனையே
அப்படித்தான் அழைப்பார்கள்.
இவன்
தமிழையே ஆண்டவன்
அல்லவா?

இங்கே மனதில் பட்டதை எல்லாம்
கவிதையாய்ப்
புதுப்பித்து விட்டேன்.
தமிழ் இல்லை என்றால்
மன்னியுங்கள்.
சரியாக எழுத நான் ஒன்றும்
கவிப்பேரரசு வைரமுத்து இல்லையே!

♦♦♦

21. இயக்குநர் இமயம்

அல்லி நகரத்தின்
அந்தக் கருப்பு மேகம்
பெய்த இலக்கிய மழையில்
அன்று நனைந்த
எண்பது வயதினரும்
16 வயதினராய்
ஆகிப் போயினர்.

பாடல் காட்சிகளின்
பிரம்மதேவனான
பாரதிராஜாவின்
படங்கள் எல்லாம்
சாகா வரம் பெற்றவை.

கதாநாயகர்களின் ஆடம்பரங்களால்
பல தயாரிப்பாளர்கள்
தங்களது கோவணத்தையே
தொலைத்த பொழுது,
கதையையே கதாநாயகனாக்கி
பலரது வேட்டிகளைப்
பாதுகாத்தவர்.

இவரது
இயக்கத்தில் இலக்கணமாய்
காதலுக்காக
ரயிலின் தூது...
ஈரம் படாமல்
ஆற்றில்
மயிலின் நடை...
நிலாவையே
கையில் பிடித்தது...

சின்னப்பதாசை
கடலோரம்
பாடச் செய்தது.
மதங்களையே
காதல் யாகத்தில்
போடச் செய்தது.

இவர் செய்த
இலக்கிய யாகங்கள் யாவும்
காதலர்களுக்கு அறிவிக்கப்படாத
ஐந்தாவது வேதமானது.

இவரது படங்களே
பலருக்கு பாடங்கள்
ஆனதால்,
இவரே இங்கு
அறிவிக்கப்படாத பல்கலைக்கழகம்
ஆகிப் போனார்.

இந்தப் பல்கலைக்கழகத்தில் இருந்து
பலர் வந்த போதும்,
திரைக்கதையின் கடவுள்
பாக்கியராஜை
மறக்க முடியுமா?

இங்கு ஆர்ப்பரிக்கும்
கடலோரங்களும்
ஆற்றுப் படுக்கைகளும்
16 வயதுப் பெண்களும்
அவர்களுக்காக
காத்துக் கிடக்கும் இளைஞர்களும்
இருக்கும் வரை
பாரதிராஜாவும்
பாரதிராஜாவின் படங்களும்
யுகங்கள் தோறும்
நிலைத்து இருக்கும்.
இருப்பார் என்றும்
இயக்குநர் இமயமாய்!

♦♦♦

22. இலக்கியச் சிம்மம்

முருகேசன்
தனது அனுபவங்களை எழுதுவதற்காக
மாற்றிக்கொண்ட பெயரே
ஜெயகாந்தன்.

ஜெயகாந்தனே
தமிழ் இலக்கியத்தின்
தகப்பன்.
ஏனெனில்,
இவரது பாதிப்புகள்
இல்லாமல்
யாராலும்
எழுத முடியாது.

இவர் ஒரு
இலக்கிய வள்ளல்.
இவரது
கதைத் தலைப்புகளை
கண்ணதாசனும் கூட
கவிதை ஆக்கி உள்ளார்.

இவர் ஒரு
இலக்கிய சிம்மம்.
பெரியார் மேடையானாலும்
சரி என்று
நினைத்ததைப் பேசி விடுவார்.

இவர் ஒரு
இலக்கியக் கடல்.
இதில் மூழ்கியவர்கள்
யாரும் இதுவரை
திரும்பியதே இல்லை.

யாருக்காக அழுதான்
என்ற
கதையைப் படித்துவிட்டு
அழாதவர்கள்
யாராவது உண்டா
அக்காலத்தில்?

ஹென்றி கதாபாத்திரத்தைப்
படித்துவிட்டு
அவர் போல
ஆக வேண்டும் என
ஆசைப்படாதவர்கள்
யாராவது உண்டா?

தூரத்து மழையில் நனைந்து,
மலர்வனத்தில் நுகர்ந்து,
வாசகர்கள் மனத்தில் நுழைந்த
வசந்த காலத்துத் தென்றலே
இவரது எழுத்துக்கள்.

இவரது எழுத்துக்கும்
இவருக்கும்
ஆயிரம் பெருமைகள் இருந்தாலும்
மகத்தானது
நம் தமிழர் என்பதே!

♦♦♦

ஈ. சுயத்தின் தேடல்கள்

23. வாழ்த்தி விட்டுப் போங்கள்!

இந்த பூமி பந்தயத்தில்
எல்லா இடங்களிலும்
உதைபட்டவன் நான்.

நம்பியவர்கள் எல்லோரும்
முதுகில் குத்திய போது
நெஞ்சில் குத்தியவர்களையே
நேசிக்கத் தொடங்கி விட்டவன்.

எனது வெற்றிகள் எல்லாம்
இங்கே தோல்விகளாக பரிகசிக்கப்பட்ட பொழுது
இடைவிடாத முயற்சிகளேயே
நான் பதிலாக அளித்தவன்.

எனது எதிரிகள்
விழுந்த குழிகள் எல்லாம்
அவர்களால் எனக்காக
வெட்டப்பட்டவையே.

எது நியாயமோ
அதைச் செய்து

எது நிலையற்றதோ
அதைத் தவிர்த்து
அத்தனை இடங்களிலும்
அன்பு என்னும் ஆயுதம் ஏந்தி
அனுபவம் என்னும் துணையோடு
பயணம் செய்யும் என்னை
வீழ்த்துவது எளிதல்ல.

பிரியமானவர்களே வேண்டுமானால்
வாழ்த்தி விட்டுப் போங்கள்!

♦♦♦

24. வாழ்க்கை இருக்கிறது...

ஞாபகங்கள்
சப்தமிட்டுக் கொண்டிருக்க
மனமோ
மௌனமாய் இருக்கிறது.

ஏதோ ஒரு பயம்
தினம் மனதைக் கவ்வி
எதற்கு என்று
யோசிக்க வைக்கிறது.

அலுவலகத்தில்
அத்தனை வேலைகளையும்
அவரவர்கள் பார்த்துக் கொண்டிருக்க,
வயது என்னை
பார்வையாளனாக
மாற்றி இருக்கிறது.

இலக்கை அடைய முடியாத
பயணங்களால்,
பாதைகளே தேய்ந்து போய்த்
தெரிகின்றன.

தோல்விகளாலும் துரோகங்களாலும்
துரத்தப்பட்ட
எனது கம்பீரமான ஆண்மை
அவ்வப்போது
பெண்மையைப் போல
பரிதவிக்கிறது.

இல்லை எதுவும்
இனி வாழ்க்கையில்
என விரக்தியில்
இல்லத்தில் நுழையும் போது,
இன்பமாய்க் கேட்கிறது
'தாத்தா' என்ற
பேத்தியின் மழலைக் குரல்...
இன்னும் இருக்கிறது
வாழ்க்கை என்று
உணர்த்திச் செல்கிறது!

♦♦♦

25. இன்னொரு தாயே ஆவாள்

முருங்கைக்காய் சாம்பார்...
முழுப் பூசணி பொரியல்...
சரியாக சாதம் வடித்து
எனக்காகக் காத்திருப்பாள்.

உடைந்த கைக்கு
உளுந்துத் துவையல்...
உள் ஜுரத்துக்கு
மிளகு ரசம்...
எல்லாவற்றுக்கும்
பூண்டு சேர்த்து
எங்களின் பூரண நலம்
காப்பாள்.

'ஏழுமலையானே' என்றவாறு
எழுவாள்... அமர்வாள்
'ஏழுமலையானே' என்று
எல்லா வேலைகளையும்
செய்வாள்.

குறும்பு பல செய்து
அண்ணன்களிடம்
குட்டுப் படும்போது
அணைத்துக் காப்பாள்.

'சீதா கல்யாண வைபோகமே'
என்று பாடி
சீக்கிரமே தூங்கச் செய்வாள்.

குளக்கரைக்குக்
குளிக்கச் செல்லும் போதெல்லாம்
எட்டு வயது பாலகன் என்னை
இடுப்பிலேயே
சுமந்து செல்வாள்.

எங்களுக்காகவே
வாழ்ந்த அவளை
இனி எங்கே
நான் பார்ப்பேன்?

அந்த ரங்கனின்
நாயகி அல்ல.
அவள் எங்களின்
ரங்கநாயகி!

என் தாயைப்
பெற்று விட்டாள்
என்று அவளை
நான் பாட்டி என்று
சொல்ல மாட்டேன்

இவள்
பால் மட்டும் ஊட்டாத
இன்னொரு தாயே
ஆவாள்!

♦♦♦

26. கமலா ராமன்

ஜானகிராமன்...
சீதாராமன்...
பட்டாபிஷேக ராமன்...
என கம்பன் சொன்ன
பல ராமன்கள் இருந்தாலும்,

இவரோ எங்களின்
சாந்தி ராமன்....
கமலா பெற்ற
கமலா ராமன்...
தம்பிகளை
ஜெயிக்க வைத்த
ஜெயராமன்!

தந்தை இல்லை
என நாங்கள்
தவித்த ராத்திரிகளில்
'ராமு இருக்கான்
ராமு இருக்கான்' என்று
அம்மா சொன்ன வார்த்தைகளை
எங்களால் இன்றும்
அழாமல் நினைத்துப் பார்க்க
முடியவில்லை.

லட்சியங்களை
முடிவு செய்துவிட்டு
பயணம் தொடங்க வேண்டிய
அந்த 17 வயதில்..

தம்பிகளுக்காக
தனது லட்சியத்தைத்
தவிர்த்து விட்டு
தியாகப் பயணம்
செய்தவர்.

திசைகள் நான்கும்
எங்களுக்கு மூடப்பட்ட
அந்தக் காலகட்டத்தில்
ஐந்தாவது திசையைத்
திறந்து எங்களை
அழைத்துச் சென்றவர்.

சொல்வதைச் செய்பவர்களும்
செய்வதைச் சொல்பவர்களும்
என இரண்டு வகை உண்டு.
ஆனால் இவரோ
மூன்றாவது வகை.

எங்களுக்காக
எல்லாவற்றையும் செய்து விட்டு
எதையுமே சொல்லிக் காட்டாதவர்.

அந்தக் கிருஷ்ணனுக்கு
எழுதியது போல
இந்த ராமனுக்கு எழுத
ஆயிரம் நாமங்கள் இருந்தாலும்,

வியாசரைப் போல
என்னால் எழுத முடியாது என்பதால்,
நான் சொல்வது ஒன்றே.

மகா பெரியவர் என்றால்
காஞ்சி என்பார்கள்.
எங்களைப் பொருத்த வரை
அது அண்ணன் வாழும்
பெரம்பூரே.

♦♦♦

27. பார்த்து நட.

அப்பா என்று நீ
அழைத்த பின் தான்
அம்மாவின்
அத்தனை அன்பும்
எனக்குப் புரிந்தது
மகளே.

மகளே நீ
பார்த்து நட.
உன் பாதங்களுக்குக் கீழே
அப்பாவின்
இதயம் இருக்கிறது.

நீ
வெற்றிகளை மட்டும்
கொண்டாடு.
தோல்விகளைத்
தூக்கி எறி.
அதைச் சுமப்பதற்கு
அப்பாவின் தோள்கள்
இருக்கின்றன.

அநீதியைக் கண்டால்
எதிர்த்து நில்.
பகைவர்களுக்குச் சொல்,
அப்பாவின் மீசை இன்னும்
அப்படியே தான்
இருக்கிறது என்று.

அப்பாவுக்கு
ஒன்றும் தெரியாது
என்று நினைக்காதே...
அப்பாவுக்குத் தெரிந்ததெல்லாம்
நீ சந்தோஷமாக
இருக்க வேண்டும்
என்பதுதான்.

அப்பாவுக்கு
வயது ஆகிவிட்டது
என்று கலங்காதே...
தைரியம் கொள்.

உயிரையே உனக்காகப்
பணயம் வைக்கத்
துணிந்தவரிடம்
யார் தான்
என்ன செய்துவிட முடியும்?

♦♦♦